Truyền thuyết con rồng cháu tiên

용과 선녀의 후예

글_박선미 | 그림_박은선

옛날 아주 옛날, 링남(LINH NAM) 지역에
김드엉브엉(KINH DUONG VUONG)이라는 매우 건강하고
총명한 지도자가 살았어요.
김드엉브엉은 용왕의 공주와 결혼해서 락롱권 왕자를 낳았어요.
락롱권(LAC LONG QUAN) 왕자는 용의 혈통을 타고 태어나서
깊고 거친 물도 흔들림 없이 건너고 힘도 무척 세었어요.

Cách đây lâu lắm rồi,
ở Lĩnh Nam có một thủ lĩnh tên là Kim Dương Vương,
sức khỏe tuyệt trần lại có tài đi dưới nước như đi trên cạn.
Kim Dương Vương và Long Nữ con gái Long Vương kết vợ
chồng ít lâu sau sinh được một con trai lấy tên Lạc Long Quân.
Lớn lên Lạc Long Quân cũng giống cha rất khỏe mạnh và thông
minh lại là nòi rồng có thể đi dưới nước như đi trên cạn.

어느 날 락롱권이 동해바다로 나갔다가 커다란 물고기 요괴를 만났어요.
락롱권은 용기를 내서 그 물고기 요괴를 세 토막으로 잘랐어요.

Một hôm Lạc Long Quân đi đến vùng biển
Đông gặp con cá lớn hay hại người gọi là ngư tinh.
Lạc Long Quân rút gươm chém ngư tinh thành ba khúc

그 다음 롱변(LONG BIEN)에 있는 여우 요괴를 찾으러 갔어요.
꼬리가 9개 달린 여우 요괴는
천년 넘게 살면서 사람들을 괴롭혀 왔어요.
락롱권은 비, 바람, 번개, 천둥을 불러 여우 요괴를 에워쌌어요.

Sau đó Lạc Long Quân lại đến vùng Long Biên,
ở đây có con cáo chín đuôi sống hơn nghìn năm
đã thành tinh hay hại con người.
Lạc Long Quân hóa phép gọi gió, mưa, sấm, chớp
vây chặt lấy yêu tinh.

그리고 삼일동안 힘들게 싸운 끝에 여우 요괴 머리를 자를 수 있었어요.
락롱권은 여우굴로 달려 가서 사람들을 구했어요.
갑자기 여우굴로 가이(CAI)강의 물이 흘러들어왔고, 굴은 무너져 호수가 되었어요.
그 호수가 바로 하노이의 명소 타이호(TAY HO)랍니다.

Giao chiến với nó ngày và đêm,
con cáo dần đuối sức và Lạc Long Quan chém đứt đầu nó.
Lạc Long Quân vào hang cáo cứu mọi người ra rồi dâng nước sông CAI
phá hang cáo thành một vực sâu sau này được gọi là Tây Hồ.

이번에는 퐁짜우(PHONG CHAU)에
나무 요괴가 있다는 소식을 듣고 찾아갔어요.
나무 요괴도 수천 년을 살았대요

Lạc Long Quân lại đi đến vùng đất Phong Châu.
Nghe nói ở đây có con yêu mộc tinh vốn là cây cổ
thụ nghìn năm hóa thành tinh.

락롱꿘은 백일동안 싸운 끝에 드디어 나무 요괴도 해치웠어요.
모든 요괴들을 다 진압한 후 락롱꿘은 주민들에게
"언제든 어려운 일이 생기거나 도움이 필요하면 나를 불러요!
내가 다 해결해 줄게요."
라고 근엄한 목소리로 말했어요.

Lạc Long Quân lại ra tay cứu dân,
giao chiến với mộc tinh cả trăm ngày đêm.
Trừ xong nạn yêu quái Lạc Long Quân từ biệt dân và dặn
"Hễ có biến gì thì cứ gọi ta, ta sẽ về giúp đỡ ngay".

긴 여정을 마치고 집으로 돌아 가는 길에 락룡권은 아우거(AU CO)라는 선녀를 만났어요.
락룡권은 아우거 선녀의 미모에 반했어요.
선녀 또한 락룡권에게 첫눈에 반해 결혼까지 하게 됐답니다.

Trên đường về nhà Lạc Long Quân
gặp tiên nữ Âu Cơ xinh đẹp tuyệt trần.
Lạc Long Quân say đắm sắc đẹp của tiên nữ Âu Cơ,
Âu Cơ cũng cảm mến phong độ uy nghi tuấn tú và dũng mãnh
của Lạc Long Quân nên hai người kết duyên vợ chồng.

세월이 지나 아우거 선녀는 임신을 해서 100개의 알을 낳았고,
7일 후 알에서는 100명의 왕자가 태어났어요.
100명의 왕자들은 모두 총명하고 멋지게 잘 자랐어요.

Ít lâu sau tiên nữ Âu Cơ có mang
và sinh ra một cái bọc trăm trứng.
Bảy ngày sau bọc trứng nở ra một trăm người con trai.
Trăm người con lớn nhanh như thổi,
tất cả đều rất khỏe mạnh và tài giỏi, thông minh.

그러던 어느 날 락롱권은 용으로 변해서
아내와 아들들을 두고 바다로 가버렸어요.
그리고 오랜 시간이 지나도 락롱권은 소식이 없었어요.
아우거 선녀는 높은 산으로 올라가 바다를 향해 소리쳤어요.
"여보! 왜 안 오세요? 나는 당신이 보고 싶어요. 당신이 없으니 너무 슬퍼요."
바로 그 때 락롱권이 홀연히 나타나 말 했어요.
"나는 용이고 당신은 선녀라서 함께 오래는 못살아요.
그러니 지금부터 나와 50명의 아들은 바다로 가고
당신과 다른 50명의 아들은 산으로 가서 살도록 합시다.
하지만 언제든 서로 도움이 필요하거나 위험이 닥쳐오면
바로 알려주고 도와주기로 해요. 잊지 말아요."

Một hôm Lạc Long Quân từ giã vợ con hóa rồng bay về biển cả.
Hết ngày này qua ngày khác họ trông mong chồng,
cha mà tin tức vẫn biệt tăm.
Nhớ chồng Âu Cơ lên đỉnh núi hướng ra biển và gọi:
"Bố nó ơi! Sao không về để mẹ con chúng tôi sầu khổ thế này".
Lạc Long Quân trở về ngay tức khắc và nói:
"ta là loài rồng còn nàng là giống tiên không ở với nhau được lâu
dài. Nay ta mang năm mươi con xuống biển,
còn nàng mang năm mươi con lên núi chia nhau trị vị các nơi.
Nếu gặp nguy hiểm gì thì đừng quên cùng báo cho nhau biết
để cứu giúp lẫn nhau"

선녀와 50명의 아들은
'퐁짜우(PHONG CHAU)'의 땅을 일구어
'반랑(VAN LANG: 베트남의 초명)'이라는 나라를 세웠어요.
그 후 큰 아들은 임금이 되어 훙브엉(HUNG VUONG) 시대를 열었답니다.
그래서 베트남 사람들은 모두
용과 선녀를 같은 조상으로 두고 있는 형제자매라고 합니다.

Kể từ đó,
trăm người con tỏa đi khắp nơi là tổ tiên của người Việt.
Người con trưởng ở lại đất Phong Châu làm vua và
dựng lên nước Văn Lang lấy hiệu là Hùng Vương.
Cũng chính vì thế mà cho đến giờ người
Việt Nam luôn nghĩ tất cả là anh em một nhà,
là dòng giống tiên rồng

Dragon's children,
fairy's grand childrean

Once upon a time, at the "LINH NAM," there was KINH DUONG VUONG, who was very wise and strong.

He married with the daughter of the dragon king and had a child, named LAC LONG QUAN. Prince LAC LONG QUAN had dragon blood in his body, so he could swim in the deep tough sea.

One day, LAC LONG QUAN met huge fish monster at East Sea. He was so brave that he could cut monster into three pieces.

Then, he went to LONG BIEN to find the fox monster, a nine-tailed fox monster that oppressed people for more than thousand years.
LAC LONG QUAN surrounded the monster with rain, wind, thunder and storm.

After the three days fight, he cut the fox's head. Then, he went to fox cave and rescued the people, the cave was already destroyed by the water and it changes to river. These days, this river named to be TAY HO and it became famous place in Hanoi.

And LAC LONG QUAN heard at PHONG CHAU that there is a tree monster, which has lived for more than thousand years.

LAC LONG QUAN fought against the tree monster, and killed him.
After eliminating all the monsters LAC LONG QUAN said to the citizens, "Tell me if you guys need a help; I will try my best."

On the way back home, LAC LONG QUAN
meta fairy called 'AU CO'.
They fall in love and got married.

Later, AU CO was pregnant and she
spawned hundred eggs.
Weeks later, a hundred princes were
born. All hundred princes were wise
and handsome.

But one day,
LAC LONG QUAN left his children and wife to the sea
and got lost.

Au co climbed up in the mountain and shouted
"Hey LAC LONG QUAN! Why are you not coming?
I miss you. I'm so sad because you're not here."

Suddenly LAC LONG QUAN appeared
from nowhere and said,
"I am a dragon, you are a fairy so we
cannot live together. So, the fifty sons
and I are going to the sea.
You and the other fifty sons are going
to the mountain with you.
But let me know if you need any help.
Don't forget."

Since that time fairy and fifty sons
lived in the land called PHONG CHAU,
and they made that land to become a
country, name VAN LANG.
Then the eldest son became a king and
inaugurate 'HUNG VUONG'
That's why all Vietnamese are brothers
and sisters of dragon and fairy.

Northwestern

Northwestern

Red River Delta

North Central Coast

South Central Coast

Central Highlands

Southeastern

Mekong River Delta

Vietnam

베트남

- 위치 : 동남아시아, 인도차이나 반도 동부
- 수도 : 하노이
- 언어 : 베트남어
- 종교 : 불교(12%), 카톨릭(7%), 기타
- 정치·의회 형태 : 사회주의공화제, 단원제

베트남의 정식명칭은 베트남 사회주의공화국이며 동남아시아의 인도차이나 반도 동부에 위치해있습니다. 중국과 라오스, 캄보디아와 국경을 접하고 있는 나라로 세계 최대의 인구과밀 국가 중 한 곳입니다.

홍강과 메콩강 삼각주의 비옥한 땅을 중심으로 쌀농사가 발달하였는데, 따뜻한 기후 덕분에 1년에 두 번에서 세 번까지 쌀을 수확할 수 있습니다. 이에 쌀로 만든 음식이 발달하였고, 특히 쌀국수는 전 세계에 베트남 대표음식으로 널리 알려져 있습니다.